Phan Nhiên Hạo

Radio Mùa Hè

thơ

Nhà xuất bản Nhân Ảnh, 2019

Radio Mùa Hè. Thơ.
Phan Nhiên Hạo
Nhà xuất bản Nhân Ảnh, California, Hoa Kỳ
in lần thứ nhất tháng Năm, 2019.

Thiết kế bìa sách: Phan Quỳnh Mây

Tác giả giữ bản quyền. Mọi hình thức in lại và phát hành, bao gồm trên internet, các tác phẩm trong sách cần được sự cho phép của tác giả. Liên lạc tác giả: haonphan@yahoo.com

ISBN 978-1-927781-78-4

Radio Mùa Hè [Summer Radio]. Collection of poems.
Phan, Nhien Hao
Nhan Anh Publisher, California, U.S.A.
first edition, printed in May, 2019.

Cover design: Phan Quynh May

All rights reserved. No part of this book may be reproduced without written permission of the author. Contact the author: haonphan@yahoo.com *cho* **Na, Mây, Nho**

Mục lục

Bài ca ngày mưa 11
Hoa ngày trên đỉnh 14
Tháng Năm 16
Dã quỳ 17
Trong lồng bàn 18
Chân dung ba Việt Kiều (không yêu nước) 20
Phác thảo cho một chân dung tự họa 23
Làng trong người dân 25
Hướng dẫn du lịch, Huế 28
Người nghèo Việt Nam, một khảo sát 29
Sau lưng là ga bọ 31
Flamenco vọng cổ 33
Illinois, April 25th, 2007 35
Thành phố ổ kiến 37
Chicago 2008 39
Buổi sáng phi trường O'Hare 41
Thành phố văn[g] vật 43
Thơ gởi một kẻ chế giễu Tháng Tư Đen 44
Hãy rửa tay 47
Cá trong giếng 49
Đông đây và đó 50
30 tháng 4, 1975 52
Hướng dẫn cách viết 53
Đất nước này 55
Chân dung bọn họ (bộ ba tấm) 57
Ở kinh độ Không 64
Những đêm làm lao công quét dọn ở Seattle 66
Người chơi đàn lưu vong 68
Tháng Ba Atlanta 70

Sau giông... 72
Bay phi cơ một máy, gần hết xăng, và hơi mắc tiểu........... 73
Vụn... 75
9/11 – Mậu Thân... 77
Cảm nhận về tình trạng tinh thần, xã hội Việt Nam hiện nay (những quan sát thời sự mang tính khái quát cao, tiêu biểu cho tâm hồn sâu sắc, tinh tế, và can đảm của các nhà thơ).......... 79
Ngày lẩn quẩn, âm mưu đi châu Á nữa nhưng chưa được, phải viết một bài nghiên cứu vớ vẩn về công việc thư viện mà mãi không thể bắt đầu.. 81
Bài ca cây.. 83
Bài tập chống trừu tượng... 85
Sài Gòn ngày nắng đẹp... 86
Radio mùa hè... 88
Lịch sử thời đại tường thuật bởi một người lưu vong........... 90
Kỳ nghỉ... 104
Thư cũ... 105
Ở Lisbon mùa hè... 106
Lời bạt – Phan Hải-Đăng... 108
Afterword – Hai-Dang Phan.. 112

Radio Mùa Hè

Bài ca ngày mưa

Trời mưa từ sáng cho đến chiều
tôi còn đủ tiền để sống đến mai
vì thế tôi nằm dài và khóc
cho sự sung sướng này hỡi ngày đau khổ kia
những ngày ẩm mốc
không có mặt trời để ngăn lời nói dối
không có mặt trăng để mơ thấy đồng tiền
đồng tiền xi mạ giấc mơ
và ưu phiền là mặt sau của đói

Trời mưa từ sáng cho đến chiều
tôi còn đủ tiền để sống hết trăm năm
vì thế tôi nằm dài và hát
bài ca bất tử của con người
bát ngát một chân trời
bát ngát… đủ chỗ cho trùng trùng nghĩa địa
nhưng lo sợ làm chi
lo sợ làm chi
chúng ta còn triệu lần để sống

Trời mưa từ sáng cho đến chiều
sông dâng bể đầy ruộng mang thai
đẻ ra một nghìn con ếch
đất trời bài tiết tiếng kêu
để còn im lặng
cho lúa ngậm đòng cho lúa trổ bông
em đi chân không gặt hái
hạt thừa
cho chim

Trời mưa từ sáng cho đến chiều
tôi còn đủ tiền đi hớt tóc
đủ tiền mua một cục xà bông
tẩy rửa những con đường
bước đi trên lề bóng nhoáng
duyệt binh hàng ngũ ngôi nhà
nghiêm trang
thời gian ưỡn ngực
phô bày những mảng tường nâu
huy chương cho ngày đã sống
tận cùng ở đáy khổ đau

Trời mưa từ sáng cho đến chiều
còn bao nhiêu tiền tôi mua nến
lạy trời
mưa xuống
lấy nước
tôi uống
lấy ruộng
tôi cày
chuồn chuồn
hãy cứ
bay chơi.

1989

Hoa ngày trên đỉnh

Hoa râm bụt bên rào trời buổi sáng
cao nguyên tiếng gà gáy trưa
tiếng của nỗi buồn đi chân đất
trên đêm khuya đã tàn
ngôi nhà sàn bên suối
và giọng nói em vào phút cuối cùng
thanh quản rung cuộc chia lìa không hẹn gặp
mặt trăng chìm trong sương giá
và anh trôi đi
tháng ngày trôi đi
về chính miền câm lặng nhất
nơi những bông hoa vàng
nở cho người đi xa
một đôi mày mực tàu loang giấy bản
viết lên đồi lên đá thương nhau
mùa mưa bắt đầu
chúng ta không còn giờ để thấy
không ở lại trong nhau
bước chân ngày nào qua thung biếc
người đàn bà với lại người đàn ông

dạt về trăm vạn hướng
chia lìa
những mảnh vụn để làm chi
hỡi bông hoa ngày trên đỉnh núi.

3.1990

Tháng Năm

Tháng Năm đàn chim hối hả
rã cánh mặt trời
trận cháy rừng chạy trốn những tàn tro

Tháng Năm
cơn mưa trở về quên đường vào thành phố
nhì nhằng tia chớp ngoại ô
em ngồi sau lưng người khuất mặt
khẩn cầu ơi gió xa
xô lại đám mây hờ hững
giữ lại những người đi qua
ngón tay leng keng chìa khóa
loay hoay mở cửa đời mình

Tháng Năm
chuyến xe miền cao bụi đỏ
mang đi một kẻ nhớ nhà.

5.1990

Dã qùy

Chiếc dù màu hoa qùy
đi từ trên dốc xuống
đi từ dưới vực lên
băng ngang qua lũng nắng
nằm nghiêng trên đồi Cù
úp mặt xuống xác mây
con ngựa non tràn trề sinh lực
muốn khóc

Giấc mơ trôi   giấc mơ trôi
qua ô cửa vỡ kính
qua ngôi nhà xanh rêu
cổ áo gài không kín ngực
ngồi trong những sợi len
ngọn đèn tỏa sương xuống phố
người đánh xe thổ mộ
về   về
trên cao
lặng lẽ
1990

Trong lồng bàn

& một con chó nhỏ
vừa sinh ra nhắm nghiền
kêu ăng ẳng bóng tối
yết ớt như sự thật
trong lồng bàn che chắn
khỏi lũ ruồi ác tâm
nhưng cũng che chắn luôn
những chiếc miệng trẻ trung
đòi thức ăn công chính.

Vì quá đói, người ta phải
đem bán. Hai mươi xu
một nhúm lông
xám tro   & con mắt
còn nhắm   buổi chạng vạng
chiến tranh
không có đủ thời gian   truyền giống
số phận người   rã mục.

A! Thế hệ những lão già   sống bằng nghề
gián điệp   qua kẽ hở lồng bàn

rồi giành giật với gián
vài cơm nguội   tương lai.

Chân dung ba Việt Kiều (không yêu nước)

1.

Bà Lý sống hơn hai thập kỷ ở Colorado
nơi ít người Việt và mùa đông dài ngập tuyết
từng làm thợ trong nhà máy đóng giày
gói hàng trong xưởng thịt
chăm sóc người già nhà dưỡng lão.
Bây giờ 66 tuổi bà về miền nắng ấm California
nhận trợ cấp xã hội 610 dollars một tháng
số tiền nhỏ bé này khiến mọi thứ đối với bà quá mắc mỏ.
Khi ra đường gặp một từ tiếng Anh không biết
bà viết vào tay rồi về tra tự điển
bà nói, "Chỉ có chữ là free." (1)

Trên đường vượt biển, trong vịnh Thailand, bà đã từng lãnh đủ.

2.

Cặp vợ chồng này đầu bạc phơ

người vợ mặc áo dài và người chồng còn giữ thói quen
mặc vét
ở Sài Gòn trước kia ông làm quan toà
họ đến Mỹ cách đây 15 năm theo diện H.O.
Tất cả sức lực, tuổi trẻ, người chồng đã vùi xuống đất
cùng những gốc khoai mì trên núi Hoàng Liên Sơn.
Vào năm 1978 khi ông trong trại cải tạo
người vợ ở nhà hai lần mượn tiền mua thuốc trừ sâu
để nấu bữa cơm cuối cùng cho bốn mẹ con
thời buổi khó khăn, không ai sẵn tiền cho mượn.

Bây giờ bà vẫn run tay mỗi khi nêm nước mắm.

3.
Người thanh niên này ba mươi mấy tuổi
vào năm 1975 anh mất cha và cuốn album đầy những
hình tuổi thơ hạnh phúc
trên quê hương mình anh bị phân loại kẻ thù
vì những lý do anh không can dự.
Người thanh niên này đến Mỹ bằng cách bơi qua Thái
Bình Dương
suốt mười mấy năm ngày bơi đêm nghỉ   dưới đáy

khi đến nơi, một nửa phổi thành mang cá, một nửa phổi thành lá
của cây rễ tàn.
Từ đó anh sống trong nhà kính
cạnh những bình thuốc trừ sâu.

Kiếp sau anh sẽ đầu thai làm một con tàu.

--

(1)"free": vừa có nghĩa "miễn phí" vừa có nghĩa "tự do"

Phác thảo cho một chân dung tự họa

Đây là cuộc đời tôi: không tươi đẹp nhưng có chút ý nghĩa.
Đây là mẹ tôi: cũng là mẹ của biển.
Đây là cha tôi: người đã chết, khẩu súng bên thân đạn vẫn còn đầy.
Đây là anh tôi: một người liệt dương và lớn tiếng.
Đây là chị tôi: một nửa của chồng, một nửa của đồ lót.
Đây là em tôi: bị đè bẹp bởi lịch sử và tiền.
Đây là vợ tôi: bạn duy nhất của tôi.
Đây là con tôi: từ bóng tối bụng mẹ nó ra đời mang theo ánh sáng.
Đây là ngôn ngữ tôi: một nửa dưới nước, một nửa trên bờ.
Đây là đồng bào tôi: tất cả cùng nở ra từ trứng.
Đây là đất nước tôi: Đất nước nào? Tôi hỏi.
Đây là kẻ thù tôi: giống hệt như tôi, mệt mỏi, gầy còm.
Đây là tổ tông tôi: con khỉ già lọm khọm,
kẻ nuôi tôi bằng cách rung cây cho sung rụng vào mồm.
Đây là đồ chơi của tôi: bằng đất sét.
Đây là tờ báo tôi đọc hàng ngày: toàn tin vịt,

những con vịt đẻ trứng nở ra tất cả chúng ta.

Đây là cuộc đời tôi: không để bán.

Làng trong người dân

Người dân trong làng
sống ở đó mà chết cũng ở đó
đời này sang đời khác
gần như không tiếp xúc với người lạ
mức độ quen thuộc thật sâu sắc
họ biết cụ thể ruộng đất của nhau, súc vật của nhau, gia đình, tính nết, xoong nồi, chén chảo, sẹo lớn sẹo nhỏ của nhau.
"Quá Quen Thuộc" là đặc điểm nổi bật của làng.

Ở Việt Nam biểu hiện quan hệ huyết thống
phức tạp vào loại nhất thế giới
thể hiện trong các danh xưng về thân tộc, còn nhiều hơn cả người Tàu.
Người nông dân ở trong làng của mình không phải
như những củ khoai lang trong bao tải khoai lang
mà gắn kết nhau trong vô vàn những mối dây chặt chẽ:
giòng họ, phe giáp, xóm giềng,
thánh thần, tổ tiên, tập tục, sợ hãi.
Những đình chùa miếu mạo từ đường từng bị đập phá

hoặc biến thành trụ sở hợp tác xã, nhà chứa phân, nơi đấu tố
đã thực sự xúc phạm đến đời sống tâm linh con người.

Từ những gò đồi hình bát úp trung du
đến đồng bằng châu thổ giữa trời và đất
từ thế hệ đến thế hệ
làng đang dần đổi thay
nhưng vẫn giữ vẻ quê mùa
như có thể thấy trong các bức ảnh sau:

Một gian bếp thô sơ

Bừa

Cày

Gặt

Đậu phụ

Giúp nhau làm cỏ và xây nhà

Họ hàng cha mẹ bạn bè đi đón dâu

Cô dâu chú rể trước bàn thờ tổ tiên

Cô dâu chú rể trong tiệc cưới

Thiếu niên tiền phong

Đậu phụ
Chặt sen
Thái thuốc Bắc
Quỳ lạy trước quan tài
Hạ huyệt
Và lại Đậu phụ

Nền   văn minh   tương.

2004

--

Bài thơ sử dụng một số nguyên liệu ngôn ngữ từ các bài viết:"*Kết Cấu Xã Hội Làng Việt Cổ Truyền ở Châu Thổ Sông Hồng,"* Phan Đại Noãn, trang 455, 457; "*Những Biến Đổi Xã Hội Của Nông Thôn Đồng Bằng Sông Hồng, Cảm Nhận Và Phân Tích,*" Tương Lai, trang 483; Các phụ đề hình chụp của Olivier Tessier trong *"Phần Minh Họa,"* trang V - XXIV, in trong sách *Làng Ở Vùng Châu Thổ Sông Hồng: Vấn Đề Còn Bỏ Ngỏ - Le Village En Questions, The Village in Questions*, Philippe Papin và Olivier Tessier chủ biên, Hà Nội: NXB Thông Tin Khoa Học và Xã Hội Nhân Văn Quốc Gia, 2002. Bài thơ hoàn toàn không phản ánh nội dung các bài viết và quan điểm của các tác giả nêu trên.

Hướng dẫn du lịch, Huế

Tỉnh Thừa Thiên có nhiều cửa biển được nhắc đến trong sử sách
như Thuận An có đền thờ cá voi
hành cung vua, nhà cửa sầm uất,
người Pháp từng gọi nơi này là phố Thuận An.
Ngoài ra còn có cửa Tư Hiền
sóng dữ thường đánh đắm thuyền bè dân chúng.
Vua Lý Thần Tông tức giận sai binh sĩ
lấy súng thần công bắn hai phát vào sóng:
một sóng tử thương máu loang mặt biển,
một sóng cuống cuồng chạy thoát ra khơi.
Từ đó bình yên thuyền bè qua lại.

Sau này vua Tự Đức cũng ra lệnh
bắn thẳng thần công vào tàu chiến Pháp:
một sóng tử thương máu loang mặt biển,
một sóng cuống cuồng chạy thoát ra khơi.
Từ đó bình yên tàu Pháp tự do ra vào.

Xin quý khách lưu ý, vua Tự Đức là nhà thơ.

Người nghèo Việt Nam, một khảo sát

Với thu nhập bình quân 485 dollars đầu người năm 2003
Việt Nam được xếp vào loại nghèo nhất thế giới.
Chín mươi phần trăm người nghèo sống ở nông thôn,
nghèo nhất là miền núi phía Bắc, Tây nguyên, và Bắc
Trung Bộ.
Phần lớn dân nghèo thành thị sống trong ổ chuột
dưới những chân cầu hay đáy hẻm sâu.
Cuộc sống tồi tệ do không việc làm ổn định
đồng lương rẻ mạt lại thường nợ nần.

Cuộc sống người nghèo rất dễ tổn thương
chỉ cần đau ốm hơi lâu hoặc thua cá độ
cuộc đời của họ có thể tuột luôn xuống cống.

Người nghèo thường bị cô lập và ít quan tâm bên ngoài
họ trọng những người hàng xóm giống mình
liều mạng, chịu chơi tới bến.
(Điều này cũng đúng với những người nghèo khả năng
trong giới văn chương).

Người nghèo kẹt trong truyền thống của đói và nghèo.
Họ mê huyền thoại.

Việt Nam là một đất nước giỏi võ
nhưng đời này sang đời khác dân chúng luôn bị đòn hội chợ
của bọn chăn dân.

Các biến đổi ở tầm vĩ mô có ảnh hưởng rất lớn đến
người nghèo
những kẻ thống trị phải hiểu rằng người nghèo bán hoài
rồi cũng hết máu
và họ sẽ đòi nợ máu.

11.2004

Sau lưng là ga bọ

Thế giới bọ chét
ngứa nằm chờ tàu
chia nhau thuốc súng
ăn mừng sinh nhật chiến tranh.

Xứ xở nhiệt đới phình, trương, và rỗng
mọi sự dẫn đến chỗ này
chỗ này
đánh dấu hai xương bắt chéo
ngồi vẽ truyền thần
mặt ma.

Người ta trét bạn lên kính
như bơ
đầu óc trơn nhẫy
đến độ không dừng lại được.
Buổi trưa để ngủ.

Nơi nào tối tăm con tàu sẽ dừng
lần tìm ống hơi

tháo khớp.

Nơi nào chèn ép con tàu sẽ nổ
Hàng Cỏ, Nha Trang, Mường Mán, Sài Gòn
vung vãi thân, phân.
Chúng ta sẽ được lịch sử hồi sinh
kẹp giữa hai đùi, nhét thuốc.
Chúng ta sẽ xây thiên đàng trong hẻm
và sẽ thành rồng
không cánh
gặm vẩy
lẫn nhau.

7.2006

Flamenco vọng cổ

Nhìn mặt tượng đá không nghe nói gì
chỉ thấy nhe những chiếc răng không sâu
phòng triển lãm nylon   mixed media   lá chuối.

Thầy bói ghi lại những lần giả mù
tiên tri thế kỷ không ánh sáng.

Thời gian là tội ác hoàn hảo
không thể bị kết án, chỉ suy tàn
trong hỗn hợp nhu nhược và nước cống.

Tốc độ lừng khừng
xe lửa thế giới thứ ba khai nước đái
luôn thiếu vắng điều gì
hình như sự thật ngoài cửa sổ.

Vai trò của tôi đâu phải ngồi rình
một Thượng Đế tắm
mụ già bất thường   tả khuynh
nhiều sẹo và ngũ tạng tổn thương

ngủ gà gật như rùa
mặc kệ con người mua bảo hiểm.

Trong bãi đậu xe
trơ chổng một trứng to đang chín dưới mặt trời
đó là tác phẩm còn lại
của người đạo diễn bị xử bắn
vì dám làm phim về lãnh tụ
như kẻ bạo dâm.

Thế giới đầy những con mắt khô
và bọn hai xu tập tành chơi flamenco kiểu sáu câu vọng cổ
tôi ở trong máy giặt
với khẩu súng săn cưa nòng.

3.2007

Illinois, April 25th, 2007

Thang máy thẳng mở cửa lầu đầy sách
máng nước mùa mưa xoàng
đủ ngập cỏ
mọc đoái hoài sau đông
những trái thông mái nhà
lăn vòng sân chưa gom lá
con chó nhìn xe qua ngõ tỉnh nhỏ

Lún phún mây
trên da mặt xanh phẳng dậy thì
thiếu niên chạm trổ bức tượng gỗ
hình vị thần trần
bụng tích trương
lỗi lầm và hoan lạc
như hộp đựng tiền các thư tình

Vinh quang cho những kẻ một mình
chết đại bàng đỉnh tuyết
xa rời bọn lục cục
đầu gỗ, chân tường, lưỡi thiếc, quỳ lạy

nhấp nhổm văng
ghế gỗ lâu năm bóng sợ hãi nhà thờ

Từ thư viện nhìn thấy hồ
nhà và mồ của cá
thấy con đường thong thả
chia xẻ sự rành mạch bình nguyên.

Cách Chicago sáu mươi lăm dặm về phía tây
ngày mùi bơ đậu phộng
những cỗ máy vẽ đi vẽ lại trên cánh đồng vĩ đại
khuôn mặt khắc kỷ của tự do

4.2007

Thành phố ổ kiến

Đứa bé trồi từ kinh nước đen
lê la rao bán hy vọng hão.
Xi giày trộn bồ hóng
lẩu trộn nước bọt
dây điện phơi mây
trên chằng chịt khốn cùng.
Gọi nhau tiếng tù và   xe chở đá
mắc cạn đường một chiều.

Bình minh ngâm trong cà phê hẻm
cam chịu cá ươn.
Sau cửa kính món pizza chẹt bẹt
ngoại quốc   thời hội nhập   xà lỏn
mặc cả phố ba lô.

Giữa hai cơ những sợi gân màu đỏ
nhùng nhằng nhưng xiết chặt
trong khi tất cả kim gãy mũi
và trời thủng ozone.

Sài Gòn
phó thường dân
đứng một chân
nấc cụt
trên ổ kiến nhiều màu.

Chicago 2008

Bản đồ, giải trí điểm tâm hay ăn tối,
chọn nhà hàng bán cá giá phải chăng.
Thời trang xuân phía trước
ảnh cũ mùa mới hay quá khứ không đổi màu?
Vé hát kịch ở đây: the Loop,
những sân khấu lừng danh, thân mật.

Thành phố Đại Hồ đóng băng bốn tháng,
the Bears, the Hawks, the Cubs, the Bulls (1),
và nhiều giống vật chịu được lạnh.
Bắp thịt xuất sắc, trí não nhanh, tâm hồn ngoại hạng.
Nước mắm hay jazz, làm thế nào chọn một cho đời sống?

Lái xe vào thành phố rộng vai hay ra khỏi Chicago (2)
dưới những giấc mơ thẳng đứng
rành mạch và không sợ hãi.

2008

--

(1) Tên những đội bóng ở Chicago
(2) Carl Sandburg gọi Chicago là "thành phố những đôi vai rộng" (city of big shoulders) trong bài thơ "Chicago" (1916)

Buổi sáng phi trường O'Hare

Café nóng
không khí dẻo
mùi bơ.
Thùng rác nhiều
nhạc hơi jazz
nhão nhão.
Máy bay lên
máy bay xuống
không mừng.
Thang cuốn đám
đông trôi
thỏa hiệp.
Cầu vồng chữ
quảng cáo
phí màu.
Lịch sử trên
truyền hình
phí máu.
Đồ ăn dở
cầu dội nước

rần rần.

2008

Thành phố văn[g] vật

Đường gầy xe chạy nhanh không dính
phố mới chân cạo lông nữ tính
bán hoặc thuê dép lê gạch vụn.
Bờ Hồ đông máy rú vòng vòng
tưng tởn trẻ dựng tóc đỏ xanh
du lịch Tàu, Ngọc Sơn, Văn Miếu.
Cụ Rùa khô mỏi cổ ngóng tiền
không mưa râm người lười trong chảo
ruồi đầy bơ ảo tưởng bắp rang.
Bậc thức giả ngồi nhấp rượu Tây
rồi thong thả rút dao, tự thiến.

Thơ gởi một kẻ chế giễu Tháng Tư Đen

Mi chưa giết người
và nên cảm ơn số phận về điều đó
đừng cười nhạo tướng Loan
viên đạn của ông có hai đầu
giết lập tức Việt Cộng và giết dần ông mấy mươi năm
còn mi là tay đào ngũ.

Mi không mất cha
và nên cảm ơn số phận về điều đó
tuổi thơ tao như cây gai
mọc trên bàn tay rướm máu của mẹ
tưới bằng nước mắt.

Mi chưa phải đói
và nên cảm ơn số phận về điều đó
tao đã từng sống chỉ để mơ
một chiếc bánh kem, thiên đàng không có thực
hạnh phúc là được ngậm cục đường
dù phải sâu răng
tao buồn nôn khi thấy mi làm trò sắp đặt
nghệ thuật với các loại thực phẩm.

Mi chưa từng bị còng
và nên cảm ơn số phận về điều đó
tao chưa từng bị còng
nhưng những người tao kính phục đã bị trói
vào năm 1975
điều này khiến tao không thể ngồi im
xem mi biểu diễn trò lắc vòng chính trị.

Mi chưa từng bị đe dọa
không phải vì mi can đảm
mà vì mi đã nhanh chân bốc hơi
trước khi nồi nước sôi đến độ
mi nên cảm ơn số phận về điều đó
nhưng đừng chế giễu
Tháng Tư Đen của tụi tao
thật ra mi có hiểu uất ức là gì đâu
cuộc đời của mi chỉ là một dương vật cận thị
may mà có kính để đeo.

Mi chưa từng chùi cầu
không phải vì mi sang giàu còn thiên hạ chậm lụt
mà vì mi làm nghề đầu cơ
trong cơn tháo dạ của lịch sử

thôi thì tùy mi quyết định
có nên cảm ơn số phận hay không.

4.2009

Hãy rửa tay

Nhìn từ đây trong ngoài giống nhau
nửa này nửa kia đều nhợt nhạt
xúc tuyết mùa đông   trò ruồi nhiệt đới
phố mồ hôi nhung nhúc cung quăng
bóp bóp bóp   bia ôm vỡ vú
ném xuống sông máu trộn lục bình.

Đêm qua thấy người chết lượm lon
không để bán   dùng để cắm nhang
dọc quốc lộ số Một từ Nam ra Bắc
thưa các Ngài, đây không phải chuyện lắt nhắt
không phải chuyện vị nghệ thuật, nhân sinh
đây là chuyện vết cắt mấy mươi năm
chuyện cú nắc loạn luân vào lịch sử
đẻ ra bọn đuôi heo chôn sống đồng bào.

Đôi khi tôi đẩy cửa tương lai
nhưng quá khứ khai man làm hiện tại ngạt thở
tôi nói   mở   mở   dội sạch
chúng ta đang ngồi ăn trên hố xí
hãy đặt bát cơm xuống, đi ra

những người trẻ, những người già, những kẻ đã no căng các vị vẫn còn thời gian, dù vài phút để rửa tay trước khi dắt linh hồn bị gậy lên đường về thế giới bên kia.

2009

Cá trong giếng

Khi còn nhỏ em họ tôi
câu cá rô, chiên giòn
còn vài con thả giếng,
nước đục và không sâu,
nó nói, "Đây là những con cá may mắn."

Nhưng mỗi ngày
hàng chục lần gàu sắt
giáng xuống,
tôi biết đây là địa ngục trần gian
của những kẻ sống sót.

Thời gian đó chú tôi đang ngáp ngáp trong trại cải tạo.

2009

Đông đây và đó

Đây đường vắng
trói quanh
đông dày trời
mù tịt
cứ rơi những
hạt mùa
mà không mọc
thành cây
chỉ tan trong
bùn đất.

Cứ tìm cách
cố thủ
với những trái
thông nâu
lựu đạn gai
rất lạt
nhưng lịch sử
mặn màu
máu đỏ

phải không?

Lông bông và
buồn triền
tuổi thanh niên
nhiều lần
Đà Lạt
ba bốn ngày
mới tắm
ở dưới chợ
nhà thổ
xe ngựa thồ
lên dốc
đói khụy chân
và hờn căm
tỏa khói.

3.2010

30 tháng 4, 1975

30 tháng 4, 1975
Xe tăng T54 thủ dâm trước dinh Độc Lập
thụt thụi nhiều lần lên thảm cỏ xanh
sướng ngất trong cơn co giật
sốt rét.

Sài Gòn tục tỉu từ đó.

2011

Hướng dẫn cách viết

Viết ngọt như đinh đóng guốc mộc.
Viết nhanh như gió qua ngôi làng dịch hạch.
Viết lặng như than đá cháy trong lòng đất.
Viết dữ như sư tử sắp tử thương.
Viết thận trọng như con tàu đi trong sương mù buổi sớm.
Viết mẫn cảm như chuồn chuồn trước cơn giông.
Viết niềm vui lên cát và nối chúng lại.
Viết nỗi buồn trên mặt nước và đợi sóng mang đi.
Viết cô đơn vào đèn lồng kiên nhẫn nhìn đến khi nến tắt.
Có thể viết ngắn nhưng đừng thiếu động từ,
sự trì đọng khiến các dấu chấm câu ngập úng.
Viết sau lúc mặt trời lặn nhưng đừng viết buổi hừng
đông,
đó là thời khắc những bóng ma trở về,
trong cuộc săn lùng tiền vàng mã.
Viết thật nhiều lúc say rồi ném gần hết xuống sông khi
tỉnh rượu,
trong cơn ngà ngà cố gắng tránh ba hoa.
Viết mất mát xuống cái chết nhưng đừng mời đội kèn,
loại nhạc bọc nylon khiến tử thi ngộp thở.

Viết lung tung cũng được nhưng đừng viết loàng xoàng,
ngôn ngữ nên ở thể rắn và có độ nóng chảy cao.
Viết lạnh như một ngày mùa đông Oymyakon.
Viết chảy mồ hôi như đang ở Dallol mùa hè.
Viết kiểu miệt vườn hay New York School đều tốt,
nhưng đừng múa gậy, dân nhậu chưa mù,
cho dù đa phần đều loạng choạng.
Viết tuyệt vọng như đợi trăng rơi xuống nóc nhà thờ.
Viết hy vọng như đợi vợ sinh trong Từ Dũ.
Viết không quên như cách đây sáu năm,
thấy người đàn bà đẹp mười hai ngón tay ở Bangkok.
Viết nhớ mơ hồ như khi nhỏ,
nghe suốt đêm dài những tiếng rao.
Viết đẹp trai nhưng tránh lối biền ngẫu.
Viết xinh gái nhưng tránh phấn rẻ tiền.
Viết giữa đám đông nhưng tự tại,
cổ nên mang bảng "Chớ quấy rầy."
Khi trên quảng trường những người vô danh bị bắn ngã,
viết khuôn mặt họ vào máu và đừng rửa tay,
cho đến ngày tự do loang như bọt xà phòng,
tẩy trừ những vết nhơ lịch sử.

Đất nước này

Đất nước này không có khủng long
đó là vấn nạn truyền thống
liệu tôi phải cần một đại dương rau
để phục sinh những hoá thạch chưa bao giờ tồn tại?

Đất nước này đang bị canh giữ bởi đạo quân trần truồng
sót lại từ cuộc cách mạng
đầu têu bởi một con khỉ
cả dân tộc được huấn luyện để làm xiếc.

Đất nước này là buổi tối mưa
không ướt kẻ nằm nhà nhưng ngập lối
trở về của những người đi tuần
thương tích đầy mình, bị tước đoạt vũ khí.

Đất nước không sạch lông, mặn, bầy hầy
bày ra trên dĩa mẻ
chủ tiệm và đầu bếp đếm tiền
sau hè giữa đống vỏ chai.

Đất nước này bò trái hoặc phải
về phía chiến hào, về phía hầm bí mật
đã bị bật nắp, đã ngập, đầy lươn
trong cuộc trốn tìm quá khứ.

Đất nước này là quả bom gỉ
trong vựa ve chai của người Tàu
chờ đợi được cưa ra đem bán
bom có thể câm, có thể nổ.

Đất nước này hơi cũ, đứt nút
những cánh đồng miếng vá, những dòng sông chỉ mờ
tôi đã cởi ra, để lại, bỏ đi
đến xứ sở xa, tôi ra chợ trời tìm kiếm áo quần tương tự.

8.2011

Chân dung bọn họ (bộ ba tấm)

1.
Bọn bọn bọn
họ họ họ
tham tham tham
dữ dữ dữ
giấu giấu giấu
dao dao dao
Đỏ.

Bọn bọn bọn
họ họ họ
tụ tụ tụ
uống uống uống
gắp gắp gắp
nhè nhè nhè
Dối.

Bọn bọn bọn
họ họ họ
chơi chơi chơi
bày bày bày

sang sang sang
múa múa múa
Rởm.

Bọn bọn bọn
họ họ họ
vuốt vuốt vuốt
mò mò mò
ngoáy ngoáy ngoáy
chặt chặt chặt
Thịt.

Bọn bọn bọn
họ họ họ
mơ mơ mơ
vờ vờ vờ
hiểu hiểu hiểu
gật gật gật
Đặc.

Bọn bọn bọn
họ họ họ
thu thu thu

vàng vàng vàng
ca ca ca
ao ao ao
Rùa.

Bọn bọn bọn
họ họ họ
giang giang giang
mai mai mai
mốt mốt mốt
chạy chạy chạy
Làng.

Bọn bọn bọn
họ họ họ
mến mến mến
sùng sùng sùng
tụng tụng tụng
xác xác xác
Mướp.

Bọn bọn bọn
họ họ họ

u u u
hèn hèn hèn
thổi thổi thổi
ống ống ống
Hán.

2.
Bọn
họ
tham
dữ
giấu
dao
Đỏ.

Bọn
họ
tụ
uống
gắp
nhè
Dối.

Bọn
họ
chơi
bày
sang
múa
Rởm.

Bọn
họ
vuốt
mò
ngoáy
chặt
Thịt.

Bọn
họ
mơ
vờ
hiểu
gật
Đặc.

Bọn
họ
thu
vàng
ca
ao
Rùa.

Bọn
họ
giang
mai
mốt
chạy
Làng.

Bọn
họ
mến
sùng
tụng
xác
Mướp.

Bọn
họ
u
hèn
thổi
ống
Hán.

3.
Bọn Đỏ Dối Rởm Thịt Đặc Rùa Làng Mướp Hán.

Ở kinh độ Không

Không đủ thời gian để tìm
trước khi tự mình thất lạc
giữa những chữ cái đã nhòe
trên giấy than khô
kẹt trong chiếc máy đánh chữ lỗi thời.
Không còn hứng khởi để khám phá
trước khi chính mình trở thành bí mật
mất tích trên con thuyền cạn nước.
Xứ xở bờ biển dài nhưng ít đảo
không có trạm dừng trong cuộc lưu vong.

Đã xa những buổi chiều ở đó
ngày nóng và tồi, miệng đầy bụi
người mệt, xe chen, thành phố nhão.
Ký ức loạn sắc,
và tôi cần kính đen.

"Không nên nuốt hạt khi ăn dưa,
vì dây có thể mọc qua vòm miệng,"
đó là lời khuyên của một người đứng tuổi,
trên bãi biển mùa hè, mặc quần dài,

qua điện thoại.
Tôi nói, "Đừng lo, không gì có thể nảy,
trên một đời sống đã mất đất."

8.2011

Những đêm làm lao công quét dọn ở Seattle

Có lúc cuộc đời bạn
bị tấn công bởi máy hút bụi và giẻ lau
chạy trốn qua những tầng lầu
suốt đêm, như người lính đơn độc
rớt ra từ đoàn di dân bại trận.

Nhìn xuống quá nhiều cầu tiêu mỗi ngày
sau cùng bạn thấy chúng như loa
lải nhải bài ca bốc mùi
về sự khốn cùng và hy vọng.

Nhiệm vụ của bạn là
chùi sạch cái đáy bẩn thỉu của đời sống
mọi sự phải được phi tang
trước khi mặt trời mọc.

Bạn lái xe về trên con đường bốc khói
từ những nắp cống -- ly café cho thành phố vừa dậy,
biển bên tay phải, bạn thấy một con tàu

màu trắng, đang chìm và
không ai để ý.

9.2011

Người chơi đàn lưu vong

Người chơi đàn này căng dây
giữa những múi giờ lưu vong,
giữa phù sa Cửu Long và cánh đồng Trung Tây
nước Mỹ.
Bầu trời nơi y ở nhiều mây, đàn bò sắp vào lò mổ.

Y ca ngợi tình yêu, mùi con đường sau cơn mưa
nhiệt đới. Y nói về tha hương, bão tuyết,
bãi đậu xe vắng người.
Quá khứ của y như người hát xẩm
giả mù. Hiện tại của y như khinh khí cầu,
bay, và đợi giờ rơi xuống.
Tương lai của y là một Tivi
trong nhà dưỡng lão, mất sóng.

Y không có gì ngoài jazz,
trong một thế giới nặng tai.
Điều này khiến y cảm thấy vô tích sự
như tối Chủ Nhật cúp điện nằm trong phòng chật
đường Nguyễn Tri Phương, trần truồng,

và quạt,
Sài Gòn những năm 80.

10.2011

Tháng Ba Atlanta

Không nhớ tháng Ba có màu gì,
đó chỉ là một ngày tan tuyết ở Chicago.
Tôi bay về phía Nam, đến Atlanta,
đi trên những đường phố trung tâm sạch sẽ
bị bao vây bởi khu cận ô lem luốc.

Tôi đi, thám hiểm sự đơn điệu của các nắp cống,
quan sát lũ ruồi chập chững mùa xuân,
run rẩy bò trên chậu hoa ẻo lả
trước tiệm rượu vung vãi mẩu thuốc lá.

Tôi biết một tai nạn mới xảy ra
nhưng không thấy máu.
Tôi mua một bản đồ
để làm hiển nhiên sự xa lạ.

Trong nhà triển lãm Coca-Cola,
tôi uống
các loại nước giải khát có ga
dối lừa.

Tôi nghe nước Mỹ ợ.

10.2011

Sau giông

Phim chiếu lên tấm màn mây rách:

Con voi bị cưa ngà
níu vòi vào mặt trời trong cơn tuyệt vọng.
Con ngựa cố nhảy qua cầu vồng
rướn tới đường chân trời di động.
Con chim chuyền giữa những cột thu lôi
trên một xóm làng nghi ky.

Chiều hè, máy bay qua rất chậm,
rù rì
lời thuyết minh rè.

11.2011

Bay phi cơ một máy, gần hết xăng, và hơi mắc tiểu

Tôi còn bay bao lâu
trên phi cơ thấp khớp
nhìn xuống hàng người chờ
chia thịt trong sân Văn Miếu.

Trên không phận này tôi là người đẹp trai
với chiếc khăn quàng dùng cầm máu
và đôi giày nâu sắp diễn màn ly dị.

Cô đơn   điều này đòi hỏi nhiều nhiên liệu
trong khi không còn trợ giúp từ mặt đất.
Phi trường tỉnh lẻ   thế giới thứ Ba
nhân viên không lưu già mù chữ
ngủ gật cạnh máy bán nước ngọt
đã hỏng.

Đồng hồ chỉ độ cao nhầm lẫn
giữa những bóng râm và thực tại thằn lằn.
Không thể đáp xuống an toàn

cũng không thể trở nên nguy hiểm hơn. Câu hỏi còn lại với tôi là đái hay không đái trong phòng lái.

11.2011

Vụn

Ngày sún, hun hút gió
chụp hình ý nghĩ nhiều giờ
rửa ra những ảnh đen lỗ chỗ.

Những đứa trẻ luôn vô danh
dù có đến hai tên, "ngây thơ" và "hạnh phúc."

Không khí cầu tiêu công cộng
rất nghiêm trọng
vì vo ve tiếng ruồi.

Khẩu súng rỉ vẫn đủ sức giết người,
bộ não già không đủ sức bài tiết.

Cây cầu dài
bầu trời tái
hắn vừa đi vừa đái
xuống những sinh vật thở bằng mang.

Phía nam Mũi Cà Mau
những cù lao bứt dây trôi ra vịnh
đào thoát khỏi bọn nịnh.

Nếu có thể bay ra khỏi chính mình,
hắn sẽ thành phi hành gia thượng thặng.

Cho mỗi lời cầu nguyện của hắn
Thượng Đế phải nghe mười lời cầu nguyện của kẻ thù hắn,
không thành vấn đề, máy trợ thính của Ngài đã hỏng.

Hắn muốn ngửi những mảnh vụn của thế giới trước khi ăn
nhưng mũi đang chảy máu.
Từ máy hát cũ Louis Amstrong vẫn đang khào:
"What a Wondeful World."

12.2011

9/11 – Mậu Thân

Tôi nghe radio kỷ niệm
ngày ba ngàn người bốc hơi một buổi sáng,
New York, New York, (Frank Sinatra đã đi rồi).

Tôi nhớ lúc xảy ra chuyện đó tôi đang ở Sài Gòn,
trong quán rượu mù khói và thịt tẩm nước hoa.
(Tôi là Việt Kiều ăn chơi trên quê hương Việt Cộng).
Xứ xở nhiệt đới này hẳn quý vị từng nghe nói,
những năm chiến tranh nhiều người mất mạng,
nhiều người mất nhân tính. Nơi từng xảy ra vụ thảm sát
Mậu Thân,
khoảng sáu ngàn người bị làm thịt
chỉ trong mấy ngày Tết cổ truyền.

Bữa tiệc linh đình của quỷ,
ngày nay những kẻ chiến thắng đã dọn xong,
chỉ còn vương vãi chút nhớt dãi
và vài bia mộ lờ mờ
gượng đứng trong bụi gai ký ức.

Không nước,
   không tên,
      không hoa,
         không sự thật.
Những cái chết vô ích hơn phân bón.

Chuyện nghe có vẻ khó tin
cho những cái đầu cân bằng của quý vị.

Nhưng đối với chúng tôi, một dân tộc nở ra từ trứng,

mọi thứ đều chỉ là huyền thoại,

kể cả máu tươi.

2012

Cảm nhận về tình trạng tinh thần, xã hội Việt Nam hiện nay (những quan sát thời sự mang tính khái quát cao, tiêu biểu cho tâm hồn sâu sắc, tinh tế, và can đảm của các nhà thơ)

Không còn khứu giác
người ta loay hoay chế biến cái xác giòi
trong tủ lạnh hỏng.

Sống trong vũng lầy
mục đích cuộc đời là so đọ
đẳng cấp bầy hầy.

Ngồi lê trong quán nhậu thịt cầy
thiên tài đôi mách chuyện thế giới
rồi đi xiêu vẹo về
treo chân lên trần nhà ngủ ngược
kiểu dơi.

Những kẻ kiếm ăn đêm

tinh ranh, hung bạo
nguy hiểm vì biết rõ bị khinh
đi thành từng nhóm xuyên qua khu ổ chuột
âm mưu chuyện cướp đất.

Hy vọng như cây xăng
bán hết
vài kẻ mơ mộng mèn
lếch thếch
dắt xe.

**Ngày lẩn quẩn, âm mưu đi châu Á nữa
nhưng chưa được, phải viết một bài
nghiên cứu vớ vẩn về công việc thư viện
mà mãi không thể bắt đầu**

Ngày mùa xuân nhưng xám
gió lồng lộn chạy tìm
một cái lỗ để chui vào, khoan thống.
Tôi phải mài thứ công việc không cắt được khối sệt.

Tôi thèm đi
Tôi trửng đi
Tôi ngốt đi
Tôi nháo đi
Tôi ám đi
Tôi mưu đi
Trôi truồng đi
Tôi vuốt đi
Tôi cương đi
Tôi nhu đi
Tôi bất lực đi

Tôi bị neo
bằng keo
trong hải cảng toàn hải âu đói.

Tôi nuốt hai cục pin
cho bụng đỡ tối
trong khi ngồi mai phục
cả ngày trước màn hình tù mù.

Bài ca cây

Tôi không ngủ quên trong hộp.
Tôi im lặng hé nắp,
nhìn những con kiến đang khiêng sự chết mập phì,
diễu qua mỗi ngày trên nền gạch cũ.
Có những sự chết ốm nhom,
vì phải ở tù
rồi mới bị bắn.

Kiến đi hàng một.
Tù nhân đi ngược chiều
vào đường lịch sử.
Nhưng ai là kẻ viết sử và quy định đường?

Người ta không thể xây dựng một cái cây,
No one can build a tree,
con gái chín tuổi của tôi nói,
khi chúng tôi ngồi dưới tán bạch dương.

Người ta có thể xây dựng một ngôi nhà
cao hơn tham vọng.
Người ta có thể xây dựng rạp chiếu bóng

trình diễn cơn mê.
Người ta có thể xây dựng một con đê
chặn đứng cơn phẫn nộ.
Người ta có thể xây dựng một chế độ
gồm toàn bọn tống tiền.
Người ta có thể xây dựng nhà thương điên
đủ sức chứa cả xã hội.
Người ta có thể xây dựng bóng tối
bằng thứ gạch đá vô minh.
Người ta chỉ không thể xây dựng một cái cây.

Cái cây mọc trên đất thích.
Cái cây rụng lá theo mùa.
Cái cây có thể ra hoa quả hoặc không.
Cái cây tuyệt thực nếu mặt trời hung bạo.
Cái cây ngã xuống trong danh dự sau cùng.

Người ta không thể xây dựng một cái cây.
Người ta không thể trồng người.
Con người là diệp lục của Tự Do.

Bài tập chống trừu tượng

Hãy nghĩ thật cụ thể
về chỉ   MỘT   đứa   bé
lang thang kiếm ăn trên đường phố Sài Gòn,
ở xứ sở mà người nghèo có được hai chọn lựa:
đái đường hoặc nín đái.

Hãy nghĩ về chuyện đó cho đến khi đầu bạn
bục ra
như một cái bàng quang.
Và bạn ngửi đời mình
khai ngấy.

2012

Sài Gòn ngày nắng đẹp

Bảy giờ sáng là khoảng nắng đẹp nhất Sài Gòn dù mười hai giờ đêm mới là lúc thành phố thành thật. Người ta ăn điểm tâm với sườn nướng trứng chiên cà phê pha sữa đặc hoặc đường. Bữa nào cũng là bữa miễn một ngày ba bữa miễn đất nước luôn giàu đẹp ba miền.

Đó là năm hai ngàn lẻ một tôi trở về Sài Gòn, tôi trở về máng nước. Cuộc sống có những lúc rơi xuống giao thông hào một mặt trận uể oải, bạn không thể ngóc đầu, bạn không thể đào ngũ, bạn có một chiếc mũ bị bắn thủng, bạn ngồi lên ngắm đàn chuột ăn xác chết.

Tôi đi xe gắn máy và làm nghề viết thuê cho công ty quảng cáo, một công việc dạy bạn cách kiệm từ nhưng bốc phét và ra vẻ nghệ nghệ. Nghề này cũng kiếm bộn nếu bạn biết chải đầu bằng xì dầu trộn nước bọt.

Qua đường Ngô Thời Nhiệm tôi thấy một bà già ngồi dưới bức tường cao bên hông Viện Da Liễu đang khóc lóc nước mắt lã chã rơi như xe ép nước mía.

Điều khiến tôi chú ý là bộ dạng giấu giấu của bà. Bà chặm mắt liên tục bằng khăn rằn nhàu nhỉ như cố chận khổ đau để nó không chảy xuống lòng đường làm bực mình những người đã ăn sáng với sườn nướng trứng chiên cà phê pha sữa đặc hoặc đường.

Tôi dừng lại hỏi, bác, có chuyện gì vậy bác, bà hốt hoảng nhìn lên lắp bắp nói, con gái tôi ở trỏng, tôi đang chờ dưới quê gởi tiền lên lo cho nó, không có gì, không có gì, đâu cậu.

Bà thậm chí cố tỏ ra tươi tỉnh để tôi thôi hỏi han để tôi đi cho mau để tôi thấy bà không phiền hà ai, bà chỉ là thân mọn trong thành phố vĩ đại với vô số đại gia, đại nữ kiều, đại tàn ác, đại ngu xuẩn.

Bà hoàn toàn không tỏ ý xin tiền hay cần được kể lể. Bà chỉ sợ tôi sẽ trách móc bà vì đã dám ngồi khóc trong buổi sáng Sài Gòn lúc bấy giờ là khoảng nắng đẹp nhất của ngày dù mười hai giờ đêm mới là lúc thành phố thành thật.

6.2012

Radio mùa hè

Te te... tò tí te...
Good moring, anh chị em thủng nhỉ.
Đây là tiếng nói cô đơn,
phát thanh từ nước Mỹ,
giữa đồng bắp miền Trung Tây,
trên băng tầng lưu vong không hối tiếc.

Hôm nay trời cứng
sẽ ngỏng đến 37 độ C,
không mưa và ngột ngạt áp thấp
vì những chuyện điên ở phía Đông:

Để cứu đứa con mình,
một người mẹ tự sát.
Hai người đàn bà truồng
ôm ghì lấy thân thể đất đai.
Đám đông căng biểu ngữ trên cầu,
tìm cách cứu dòng sông
nhưng bị đạp xuống nước.

Phía Tây vẫn bình thường:

Làm việc, ăn ít mỡ, lái xe
qua những đường lòng vòng,
đèn đỏ giúp quá trình rã tan chậm lại.
Cuộc đời là tảng băng,
hao nhanh hơn ngày nắng.

Bây giờ chuyển qua mục hòa giải,
quý vị cần quên đi khổ nhục, hận thù.
Xin gọi vào số máy này tâm sự,
1800 – 3 8 2 5 9 6 8
tức là
1800 – F U C K Y O U.

Te te... tò tí te...
Sau đây là phần quảng cáo...

7.2012

Lịch sử thời đại tường thuật bởi một người lưu vong

1. Thời đại cục súc, 1975

Bọn họ từng nói gì
làm sao chúng ta nhớ hết
toàn dối trá, lật ngang, thùng rác ngập khẩu hiệu
mặt trăng thủng đạn, hồn ma mất dép.
Mưa suốt đêm trên mộ, mưa không rửa sạch hận thù
những tờ báo ngợi ca dùng làm giấy đi cầu
thứ Hai, thứ Ba, thứ Tư, thứ Năm, thứ Sáu, thứ Bảy,
Chủ nhật số đặc biệt đít dính màu.
Chúng ta lớn lên bơ vơ buồn khổ
cha chết mất thây, thân thủng mấy lỗ đạn
câu hỏi chảy máu suốt đời, không đọng lại thành tiết canh.
Buổi chiều trên động cát
ông nội chúng ta bỏ xứ ra đi chết vùi thây chốn này
cát trắng lóa, gió không khoan nhượng
trời không mây, mắt trẻ đầy mây

con giông chui xuống đất trốn vào địa ngục.
Người ăn cá nhưng đây là thời cá ăn người
trên biển cả cùng lúc chúng ta hiến mình cho tự do và
thần chết.
Chúng ta đã mất hết
cả tinh trùng trong bìu dái xạm khô.
Chúng ta bị triệt sản tinh thần và giết dần bằng nền y học
Niệu Liệu Pháp.

Chúng ta nói cùng thứ tiếng với họ
nhưng họ trả lời bằng ngôn ngữ âm binh
những âm binh đốt sách, vơ vét, phùng mang,
đeo AK, khạc nhổ, chồm hổm, sốt rét.
Âm nhạc trở nên nhọn như tên
mỗi ngày bắn ra từ loa sắt
xuống những mái nhà, đường phố, cỏ cây, đồng ruộng,
đình chùa, bữa ăn, giấc ngủ,
khoảnh khắc yêu nhau vợ chồng ọp ẹp,
giây phút linh thiêng kẻ sắp lìa đời.
Và thi ca, một cục sắt chỉ dùng làm lựu đạn
miệng vừa ngâm, hồn đã nổ tan tành.
Đây là thời để tưởng nhớ những chiếc radio.

Đây là thời để tưởng nhớ những bô nhựa tuổi thơ
khi chúng ta được ăn no và bài tiết
với giấy vệ sinh mềm,
khi ở trường chúng ta đổ mực lên áo nhau
nhưng không phải suy tôn những kẻ làm đổ máu.
Ai đã cướp chiếc radio
Ai đã cướp chiếc bô
Ai đã cướp đồng hồ
nhai những chiếc kim, phun ra mười hai con số
ngày tháng nào cũng nhểu nhảo nước bọt
cả dân tộc đói ăn.

"Thưa cô, anh Ba, người đầu bếp thiên tài
đã bôn ba mang về cho đất nước cái nồi thủng
giờ đây nhiệm vụ của chúng em là làm trò ảo thuật
biến sỏi đá thành cơm."

Đây là thời chủ nhân ăn mày ăn nhặt
trong khi đầy tớ nhân dân ăn ngập mặt, ngập mũi
ăn hớt, ăn bẩn, ăn tục, ăn lận, ăn chặn, ăn cướp, ăn gian,
ăn tham, ăn lường, ăn bịp, ăn suông, ăn ké, ăn chia, ăn
sống, ăn lạnh, ăn nóng, ăn theo, ăn chực, ăn vạ, ăn lẻ, ăn
sỉ,

ăn tất tần tật
chỉ trừ ăn năn
ăn không sợ ngày trả miếng.

Đây là thời của xe than
đây là thời của tàng tàng
đây là thời người sống ở nghĩa trang
và người chết ngồi ở nhà hàng
đây là thời của tan hoang ô nhục
một thời đại cục súc.

Chúng ta sống còn nhờ vào những củ khoai
và ước mơ một ngày kia sẽ có súng để giết người.
Phải, chúng ta đã nói về giết người tuổi lên mười
về bom nguyên tử, thuật độn thổ, phép tàng hình
làm thế nào để giết bọn lợn và thoát.
Nhưng thường chúng ta mơ một buổi sáng
thức dậy thấy cha đã trở về.
Cái chết người chiến binh đẹp như ngọn đồi trong sa mạc
như bông hoa khô, tiếng mõ chiều
nhưng cái chết để lại những đứa trẻ bơ vơ
kêu tên cha trên đồng vắng

kêu tên mẹ trên bờ đê
khóc tuổi thơ bầm dập sân ga
lỡ chuyến tàu Thống Nhất.
Ôi thống nhất, lần đầu tiên biết dép lốp
những con bọ râu mềm mềm bẩn thỉu
sinh sôi nảy nở khắp xóm làng.

Cô chú ta đi đào mương
được thưởng con cá ươn
ngồi gặm xương trong cuộc họp phường
cuộc đời bị bể gương
dở thầy, dở thợ, dở cu li, mãi rồi cũng thường.

Người ta sống lần hồi với những vết thương
mỗi ngày giở ra băng lại bằng giẻ rách
không lành, không lành, không lành
penicillin bột mì và thuốc đỏ dối trá
làm thế nào diệt được vi trùng thật.

Chúng ta sống qua những thời khắc bị đầu độc
đến nỗi tình thương cũng gây dị ứng buồn nôn
và phẩm hạnh là trò bí nhiệm
chỉ diễn ra len lén ở nhà thờ.
Con người mất sức đề kháng, hoài nghi, tra vấn,

con người không đốt lửa, chỉ phều phào:
"con người, một sinh vật hai chân
không lông"
đầy sợ hãi.
Nguyễn Tuân nói: "tôi còn sống đến hôm nay
nhờ biết sợ". Con chuột nói: "tôi ăn no
vì biết tôn kính mèo". Đặng Tiểu Bình nói:
"mèo đen mèo trắng, no problem, miễn bắt được chuột."
Thôi đi các người, những vĩ nhân đậu luộc,
một bọn não trĩ.

Chúng ta ngủ trong mùng nhưng mùng đầy muỗi
chúng ta ở trong nhà nhưng nhà đầy bọ
chúng ta ở trong hoà hoãn của ao tù
chúng ta yêu nước nhưng yêu nước đã bị độc quyền
thương hiệu ăn khách này chỉ dành cho Đảng
và những tên chuyên chia thịt ở đình làng
bọn lao nô tư tưởng.

Đất nước bụng trương
văn hoá sán lãi
con người nhai đồng loại rau ráu.
Cửu Long Giang không rửa hết tưởi tanh

một thời đại bùn lầy
muốn làm người chúng ta phải
ra đi.

2. Thời đại ngoại vi

Hoang mang và phấn khích
chúng ta đặt chân lên miền đất lạ
không khí lạ, nhà cửa lạ, tiếng nói lạ,
cầu tiêu lạ, người ta lạ,
mình là người lạ.
Làm thế nào để tái tạo
một thế giới đã mòn
ở trục khô dầu rên rỉ.

Chúng ta ăn mặc chải chuốt nhưng đứng ngồi lố nhố
thói quen những con còng châu thổ.
Hút bụi suốt đêm trong toà nhà chọc trời
biển Seattle ngoài kia đen, lạnh cóng.
Ở California đứng máy suốt ngày tay chân rời rã
dây chuyền chạy quá nhanh, chúng ta đến từ xứ sở chậm

trái tim người di cư lỗi nhịp.
Trong sương mù San Francisco đứng đợi xe bus
chúng ta lo sợ một lần nữa bị bỏ quên.
Ở Arkansa mùa đông hai mươi lăm độ dưới không
chúng ta cắt thịt bò trong những nhà máy lạnh
đôi khi cắt luôn ngón tay đeo nhẫn cưới.
Trên những tàu đánh cá Alaska
chúng ta ngủ vật vờ như sứa sau mười sáu giờ làm việc
trở về đất liền tiêu một phần ba tiền kiếm được
vào nhà thổ Đại Hàn
một phần ba gởi về gia đình ở Việt Nam
một phần ba trả tiền thuê phòng và mua thuốc lá.
Chúng ta, những người hút thuốc lá
vô địch Hợp Chúng Quốc Hoa Kỳ.

Chúng ta học một ngôn ngữ mới
và nói về nó bằng ngôn ngữ cũ
phát âm thật khó khăn
như người nửa lưỡi
thường bị tảng lờ.
Tuy vậy, không ai bịt miệng mình
bằng băng keo, băng rôn, băng đạn, băng đảng, băng vệ

sinh.

Chúng ta học lắng nghe
trong lặng im nước mắt
chiều kẹt xe freeway, CD lậu, ai hát:
"Bonjour, Vietnam."

Đây là nơi chúng ta thấy thế giới lần đầu
những đất nước khác nhau, những sa mạc khác nhau,
những cánh rừng khác nhau, những thành phố khác
nhau, những nông trại khác nhau, những mái nhà khác
nhau, những áo quần khác nhau, những thức ăn khác
nhau, những ngôi mộ khác nhau, những con đường dẫn
đến các mục đích khác nhau, thờ phượng linh thiêng hay
giễu cợt,
những âm mao khác màu.

Chúng ta những thuyền nhân, cựu sĩ quan, vợ goá, con
mồ côi
bị săn đuổi trên quê hương, đẩy vào bụi rậm,
hãm hiếp nhân quyền và chửa hoang ký ức.
Nơi đất cũ chúng ta không có lợi tức nào ngoài bán máu,
nơi đất mới tài sản duy nhất của chúng ta là hy vọng.
Chúng ta trải qua nhiều giờ khắc suy nghĩ về số phận

vặn đồng hồ báo thức, nhìn ngắm bức ảnh cũ, rồi đi ngủ
bao giờ cũng nhét cuốn từ điển dưới gối
phòng trường hợp gặp người lạ trong giấc mơ.

Lao lực, lao lực, lao lực
nhưng chúng ta cũng có những giờ phút ngơi nghỉ dịu dàng
dưới vòm lá tháng Tư, khu vườn đầy tiếng chim không bị săn đuổi,
đồng cỏ tận chân trời
xa lộ tự do.
Chúng ta lái xe qua đại lục mênh mông
bay đến những thành phố Á, Âu dần trở nên quen thuộc
hơn Bạc Liêu, Châu Đốc,
hơn Thanh Hoá, Ninh Bình,
hơn Hà Nội một nghìn năm xa cách.

Nhìn con cái mình lớn lên
chúng ta bồi hồi tương lai giống Tiên Rồng khỏe mạnh
nở trứng ở xứ người
và ngậm ngùi một quê hương đã mất.
Những con đường đã mất, xe đạp xanh đã mất
mùa hè hoa phượng đỏ Kontum đã mất

sông đã mất rồi biển sẽ mất.

Xứ sở này không phải thiên đường
đây chỉ là nơi con người không hối tiếc đã sinh ra.

Ngoài trời tuyết rơi
chúng ta ngồi những đêm cô độc
rì rầm ngoài kia xe cứ cõi lên đường
ngày mai đến qua nhanh
công lý bắt đầu bạc tóc.
Lịch sử không chạy, lịch sử không đi, lịch sử lết lê què quặt,
chúng ta muốn lịch sử tiến lên, động tình, sinh sản
nhưng lòng người bại liệt, ý chí khô nước nhờn
Viagra nè, cố lên, cố lên
Việt Nam ơi.

Chúng ta ở đây bình nhật, bình thường
nhưng không phải lúc nào cũng bình yên.
Áo lính sờn cũ (mua chợ trời Mỹ)
người đàn ông làm vài ngụm rượu từ chiếc bình toong
thời chiến

ngồi hàng giờ nhìn những đám mây
không kịp về phương Đông trước khi ngày tắt nắng.

Ông từng bị giam trong lòng đất
khẩu phần mỗi ngày một trăm hai mươi bảy hạt ngô
bao giờ cũng dành một hạt
dùng đếm thời gian.
Thời gian bóng tối
có mùi trứng ung
con người là sinh vật duy nhất biết cách giữ ký ức không
vữa nát.

Sinh ra để sống dưới mặt trời
đôi khi chúng ta bị lừa vào ô nhục
bởi lũ đồng cô bóng cậu mang vũ khí
cơn điên tập thể này phải mấy mươi năm nữa mới thăng.

Áo choàng dài, mùa đông Illinois đằng đẵng
đây là nơi chúng ta sẽ yên nghỉ sau cùng
trong nghĩa trang tuyết trắng
cạnh bạn bè khác tộc
chúng ta học từ họ lòng yêu đời, sự trầm tĩnh trước cái
chết.

Nơi đây không cần kẻ khóc mướn
bọn ăn thịt thây ma đã bị nha sĩ bẻ răng.

Chúng ta đến xứ sở này xa lạ
ra đi chưa hết lạ
nhưng không bao giờ thôi yêu mến
mặt hồ đại lượng
căn nhà chở che hạnh phúc
lối mòn nhỏ ven rừng con ta bước tiên khởi tự do.
Đây là nơi chúng ta hàn gắn mình
như thợ giày khâu vết thương há miệng
sau đường dài ngập máu
sau đường dài ngập phân
sau chợ chiều cân xác chết chiến tranh
một triệu tiếng chuông không mua hết oan hồn.
Đây là nơi chúng ta sống đàng hoàng
và chết vào buổi chiều có cánh
bay về một xứ sở đã xa.

Địa lý của chúng ta ở giữa những kinh tuyến của u hoài
và triển vọng
lịch sử của chúng ta như mặt trống
đau đớn và âm vang

không bao giờ im lặng
không bao giờ sơn phết
không bao giờ lãng quên.

2007

Kỳ nghỉ

Đám người bước xuống thang máy bay
như tinh trùng xuất ra từ dương vật kim loại.
Họ mang trên vai những ba lô nhiều màu,
những nhiễm sắc thể nylon
lấp lánh dưới mặt trời nhiệt đới.
Họ đến đây để ngồi trên bãi biển
nhìn hạnh phúc chạy quanh co trên cát
từ chối được thụ tinh.

Ngày nhiều gió và chỗ nước xoáy
được đánh dấu bằng ngọn cờ đen
bay phần phật như lưỡi chó đói.

2019

Thư cũ

Em thân yêu
hãy tin tôi
sẽ đến ngày cánh rừng không còn cây để cháy
cha mẹ chúng ta trở về cánh đồng
đàn bò & vịt gà & ước vọng mây bay
từ trên đồi cao em sẽ thấy xứ sở này
nhỏ hẹp, mặn chát, rất gần mặt trăng
giống hệt con tàu hỏa
cũ kỹ và luôn trật đường ray
sau cùng sẽ đi hết đường xích đạo
qua những thế kỷ lầm lạc, đẫm máu
đến ga cuối cùng, chúng ta sẽ hiểu nhau.

Ở Lisbon mùa hè

Trên thành lâu đài cổ
y nhìn về tương lai
thấy mình ngồi bất động
cạnh những kẻ làu bàu
trong khi mặt trời đang lặn.

Phía dưới lâu đài là đô thị cũ
trang nghiêm trong dáng vẻ suy tàn
y là người khách lạ
vẫn đang học cách cầm nĩa dao
trên bàn ăn lịch sử
đầy những món ăn thừa.

Y biết thời gian là người bồi mệt mỏi
muốn đóng cửa quán khuya
nhưng y thong thả uống cạn ly rượu cuối
trước khi lễ độ trả tiền
đứng dậy ra về trong bóng tối.

2017

Lời bạt

Phan Hải-Đăng

Mặc dù xử dụng tiếng Anh trong phần lớn công việc hàng ngày, Phan Nhiên Hạo dùng tiếng Việt mẹ đẻ trong phần đời bí mật của anh và viết với ý thức buồn rầu của một người làm thơ mà tác phẩm chỉ có thể đến với một số giới hạn độc giả ở hải ngoại và thế giới mạng. Qua nhiều năm đọc, nghiên cứu, và dịch nhà thơ Việt đương đại hàng đầu này, tôi thấy phần đời bí mật của Phan Nhiên Hạo ngày càng có vị trí quan trọng: đời sống và thơ của anh, giờ đây dường như cho thấy tình trạng khó khăn và khả năng của việc viết từ vị thế cộng đồng lưu vong Việt.

Sinh năm 1967 tại Kontum, Phan Nhiên Hạo lớn lên trong một Việt Nam hậu chiến định hình bởi thể chế mới của đảng Cộng Sản Việt Nam. Chiến tranh biên giới, khan hiếm thực phẩm, kỳ thị xã hội, vượt biên, trại cải tạo, và cơ chế kiểm duyệt -- đây là vài trong số những hiện tượng thái quá mà Phan Nhiên Hạo đã chứng kiến hoặc trải nghiệm trước khi nhập cư đến Hoa Kỳ năm 1991, nơi anh sống từ đó đến nay. Những biến động lịch sử này tạo nền tảng và quy định cái ngữ cảnh cho những yếu tố tương phản trong phong cách thơ anh -- lối diễn đạt bằng một thứ ngôn ngữ đánh lừa với vẻ ngoài đơn giản như vừa muốn hiển lộ lại vừa muốn giữ kín những bí mật, những chuyển đổi mơ hồ và bất ngờ của hình ảnh xoanh quanh trọng tâm cảm xúc, dù khó để chỉ ra cảm xúc đó, những chuyển chỗ của siêu thực trong hiện thực, giọng u hoài trong giao tiếp với khán giả -- như thể thị giác thơ đã quen với bóng mờ và thính giác thơ đã được vặn xuống băng tầng thấp của một thời u ám mà tác giả đã vượt thoát.

Thơ Phan Nhiên Hạo đào xới những đổ nát tinh thần để lại bởi chiến tranh và di cư. Những bài thơ đầy các liên tưởng kín đáo về ký ức cá nhân và lịch sử chung, hai yếu tố thường xuyên đan rối vào nhau. Anh viết một thứ thơ ca của loài sống về đêm, luân phiên giữa mơ mộng và ác mộng, yên lặng và lên tiếng, mỉa mai và nghiêm trọng chết người, đôi khi u hoài, thường hướng nội, và luôn tỉnh táo. Những bài thơ có xu hướng ngắn, không quá một trang, không có tính kể chuyện và viết ở ngôi thứ nhất. Tuyệt đối riêng tư và nội tâm, những bài thơ như những cuộc trò chuyện tình cờ được nghe thấy – nhà thơ đang nói với chính mình hay đang hướng tới một người nghe vắng mặt nhưng gần gũi.

Về bản chất là một nhà thơ của lưu vong, Phan Nhiên Hạo không sẵn sàng từ bỏ huy hiệu và hành trang này, sự độc lập đầy bất an của nó, thậm chí khi sự tách rời tạo nên bởi lưu vong được cảm thấy như đang "bay phi cơ một cánh, gần hết xăng, và hơi mắc tiểu." Người làm thơ lưu vong thường đối mặt với nguy cơ đâm máy bay xuống bờ bãi buồn chán của sự tự khẳng quyết, nhưng rất may, thái độ tự ý thức đầy châm biếm của Phan Nhiên Hạo, ngôn ngữ đàn hồi, và khả năng kiểm soát thiện nghệ của tác giả, đã giữ cho phi cơ an toàn trên hành trình nhiều bất trắc. Sự cô đơn đầy cân nhắc trong cuộc lưu vong xuyên đại dương của Phan Nhiên Hạo thật ra "đòi hỏi nhiều nhiên liệu"; những bài thơ của anh ngày càng ghi nhận sự mệt mỏi về thế giới, suy kiệt hiện sinh, và cạn dần nguồn lực. Tuy vậy, Phan Nhiên Hạo vẫn khẳng định, như Joseph Brodsky trước đó, rằng lưu vong "bao gồm sự cần thiết phải nói về áp chế." Và như vậy, thơ Phan Nhiên Hạo nói lên những bí mật công khai của Việt Nam hậu chiến trong khi tiếp tục giữ cho mình tự do của riêng tư.

*

Phan Hải-Đăng (Hai-Dang Phan), nhà thơ, tác giả tập thơ "Reenactments" (2019), giáo sư văn chương tại Grinnell College, Hoa Kỳ.

Afterword

Hai-Dang Phan

Despite conducting much of his everyday existence in English, Phan Nhiên Hạo carries out his secret life in his native Vietnamese and writes with the melancholic knowledge of someone whose poetry is doomed to a limited audience abroad and a virtual one online. Over the years that I have read, studied, and translated this leading contemporary Vietnamese poet, the secret life of Phan Nhiên Hạo has taken on greater significance: his life and poetry, it seems to me now, suggest the predicament and possibility of writing in, to, and from the Vietnamese diaspora.

Born 1967 in Kontum, Phan Nhiên Hạo came of age in a post-war Vietnam shaped by the new regime of the Vietnamese Communist Party. Border wars, food shortages, social marginalization, refugee flight, reeducation camps, and regimes of censorship — these are some of the excesses that a young Phan witnessed and experienced before immigrating to the United States in 1991, where he has lived since. These historical changes background and contextually frame the paradoxical features of his style — a deceptively plain-spoken idiom given to telling secrets as much as keeping them, the ambiguity and unexpected shifts of imagery spinning around an emotional center of gravity, even if the emotion can be difficult to pin down, the dislocations of the surreal within the real, melancholic forms of address in search of an audience — as though his poetic vision was trained to the shadows and his poetic ear tuned to the lower frequencies of the dark time which he has escaped.

Phan Nhien Hao's poetry digs up the psychic debris left in the wake of war and immigration. His poems are shot-through with veiled allusions to personal memories and larger histories, and the two are, more often than not, entangled. He writes a nocturnal poetry, by turns dreamlike and nightmarish, quiet and disquieting, ironic and dead serious, sometimes melancholic, often introspective, and ever vigilant. The poems tend to be short, often no more than a single page, non-narrative works written in the first-person singular. Deeply private and introspective, the poems sound like overheard conversation—of the poet speaking or thinking to himself or to an absent but intimate addressee.

Essentially a poet of exile, Phan is reluctant to give up exile's badge and baggage, its restless independence, even when the exile's cultivated detachment can sometimes feel a little like "Flying a single engine airplane, fuel almost empty, and need[ing] to pee." The exiled poet often runs the risk of crashing on the ponderous shores of self-assertion, but, thankfully, Phan's ironic self-awareness, reflexive language, and lightness at the controls, help to safely pilot his craft along its ever precarious lines of flight. The scrupulous solitude of Phan's trans-Pacific exile "demands ample fuel" indeed; his poems increasingly register a world-weariness, existential exhaustion, and depletion of resources. Still, Phan insists, as did Joseph Brodsky before him, that exile "has to do with the necessity of telling about oppression." Consequently, Phan's poems tell the open secrets of post-war Viet Nam while maintaining the freedom of secret selves.

*

Hai-Dang Phan, poet, author of "Reenactments" (2019), professor of literature at Grinnell College.

Đã in:

Night Fish and Charlie Parker. Thơ song ngữ. Tupelo Press, Dorset, 2006

Chế Tạo Thơ Ca 99-04. Thơ. Nhà xuất bản Văn, San Jose, 2004

Thiên Đường Chuông Giấy. Thơ. Nhà xuất bản Tân Thư, Garden Grove, 1998

www.ingramcontent.com/pod-product-compliance
Lightning Source LLC
Chambersburg PA
CBHW030059100526
44591CB00008B/196